WITHDRAWN

D1161202

Si Dindo Pundido

Kuwento at Guhit ni
JOMIKE TEJIDO

Adarna House

Tuwing sasapit ang dilim,
nabubuhay ang kagandahan ng hardin
sa kislap ng mga alitaptap.
Sa kanilang marikit at munting mundo,
sikat ang mga anak nina Don Fuego at Donya Luz.

When darkness falls,
fireflies light up the garden's beauty.
In their small, fascinating world,
everyone knew the children of Don Fuego and Donya Luz.

Ang panganay na si Silaw ay may ilaw na ubod ng lakas.
Parang plaslayt naman ang deretsong ilaw ni Sinag.
Sari-sari naman ang kulay ng kislap ni Kutitap.

Dahil sa angking galing ng magkakapatid,
pinanabikan ng lahat ang pagsilang sa bunso.
Siguro, maraming ilaw ang bunso!" hula nila.
O kaya'y umiilaw ang pakpak!"

Silaw the oldest shone the brightest.
Sinag's beam was as straight as a flashlight.
Kutitap's light had many colors.

Because each was different,
they eagerly waited for the youngest to be born.
"Maybe he will have many lights!" they said,
"Or maybe, his wings will glow!"

Ngunit nagulat sila sa lumabas sa itlog—
isang alitaptap na walang kislap!

But what a surprise when the egg hatched—
a firefly without a light!

"Ay, wala siyang ilaw!" nagulat na sabi ni Silaw.
"Tatawagin ko siyang Dindo!" pahayag naman
ni Don Fuego.
"Si Dindo Pundido! Hahaha!" tukso ni Sinag.
"Ano'ng klaseng alitaptap iyan?" tanong ni Kutitap.
"Siya ay katangi-tangi rin tulad ninyong magkakapatid,"
sagot ni Donya Luz.

"What! He doesn't glow?" Silaw exclaimed.
"I shall name him Dindo!" Don Fuego announced.
"It's Dindo-Who-Didn't-Glow! Hahaha!" Sinag teased.
"What kind of a firefly is he?" asked Kutitap.
"He is unique just like the rest of us," answered Donya Luz.

Paglaki ni Dindo, labis niyang ikinahiya ang pagkapundido
"Inay, espesyal din ba ako tulad nina Kuya at Ate?"
nag-aalalang tanong ni Dindo.
"Oo, anak. Espesyal tayong lahat. Ang kawalan mo ng ilaw
ang nagpapabukod-tangi sa iyo," malambing na wika
ni Donya Luz.
"At huwag kang mahiyang makihalo sa ibang alitaptap.
Doon mo makikita ang iyong tunay na kislap,"
payo naman ni Don Fuego.

When he grew up, Dindo felt ashamed because he had no light.
"Inay, am I just as special as my brothers and sister?"
Dindo worriedly asked.
"Yes, my son, we are all special. You are unique
because you have no light," assured Donya Luz.
"And don't be shy to go out with the other fireflies.
With them you will find your real glow," added Don Fuego.

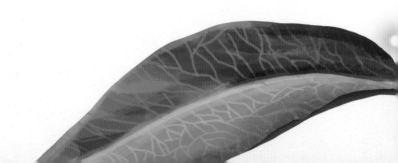

Kaya't sa sumunod na gabi,
sinundan ni Dindo ang kaniyang mga kapatid
sa pag-asang mahanap ang kaniyang sariling kislap.
"Kuya Silaw, gusto ko ring ilawan ang bahay
ni Landong Langgam!" ani Dindo.
"Ang malakas kong ilaw lamang ang kayang
magpaliwanag dito!" sagot ni Silaw.
"Kay Sinag ka na lang manggulo!"

The following evening,
Dindo followed his brothers and sisters
to search for his real glow.
"Kuya Silaw, I also want to light up Lando the Ant's home!"
said Dindo.
"Only my light is strong enough for that place!" Silaw answered.
"Go bother Sinag!"

"Kuya Sinag, tutulungan kita sa paghahanap sa kuwinta
ni Binibining Mariposa!" wika naman ni Dindo
sa isa pa niyang kuya.
"Ilaw ko lang ang maaaring gumabay sa landas
ng binibini!" sagot ni Sinag. "Kay Kutitap ka mangulit!"

*"Kuya Sinag, I will help you find Miss Mariposa's necklace!"
Dindo offered his other brother.
"Only my light can guide the fair lady!"
Sinag replied. "Go bother Kutitap!"*

"Ate Kutitap, gusto ko ring pasayahin ang salusalo ng mga kitikiti!" wika ni Dindo.
"Huwag kang magulo! Tanging ilaw ko lang ang makulay at maganda para sa salusalong ito!"
mataray na sagot ni Kutitap.
"Paano ko kaya mahahanap ang aking kislap?"
bulong ni Dindo sa kaniyang sarili.

"Ate Kutitap, let me help you liven up the wrigglers' party!"
Dindo volunteered.
"Don't bother me! My colorful lights are the prettiest
for this celebration!" Kutitap said.
"I wonder how I can find my real glow,"
Dindo asked himself.

Nang makalayo na si Dindo, bigla niyang narinig
ng matinis na sigaw ni Kutitap. "Saklolo!"
Agad na bumalik si Dindo sa kinaroroonan ng mga kapatid.
Pero, madilim na ang bahay ni Landong Langgam.
Lilipad-lipad na si Binibining Mariposa suot ang kaniyang
kuwintas, at tahimik na ang salusalo ng mga kitikiti.

Luminga-linga si Dindo at nakita niya
ang isang higanteng bote.
Nakakulong dito ang kaniyang mga kapatid!

Dindo had not gone too far when he heard
Kutitap's piercing scream. "Help!"
Dindo hurried back to his brothers and sister.
He found Lando's anthill dark,
Miss Mariposa with her necklace flying about,
and the wrigglers' party silent.

Dindo looked around and saw a giant bottle.
Inside the bottle were his brothers and sister!

Napansin din ni Dindo ang ibang alitaptap
na nagtatago sa ilalim ng malaking dahon.
Lahat sila ay takot na takot.
Walang gustong lumapit sa bote.
"Kung sila ang magtatangkang sumagip,
tiyak na mahuhuli rin sila ng bata," ani Dindo sa sarili.

Dindo saw other fireflies hiding under a big leaf.
Everyone was so scared. Nobody dared to go near the bottle.
"If they try to save the fireflies in the bottle,
the boy will catch them, too," Dindo told himself.

Nagulat ang mga nagtatagong alitaptap
nang lumapit si Dindo sa bote.
Papel lang ang takip ng bote,
kaya't tinadyakan niya ito at hinila,
binatak, at sinipa.

To everyone's surprise,
Dindo flew towards the bottle.
He kicked, punched, and tore his way
through the bottle's paper cover.

Isa-isang nakalaya ang mga kapatid ni Dindo.
Patakbong lumapit ang bata upang hulihin silang muli.

One by one, Dindo's brothers and sister escaped.
The boy ran towards them to catch them again.

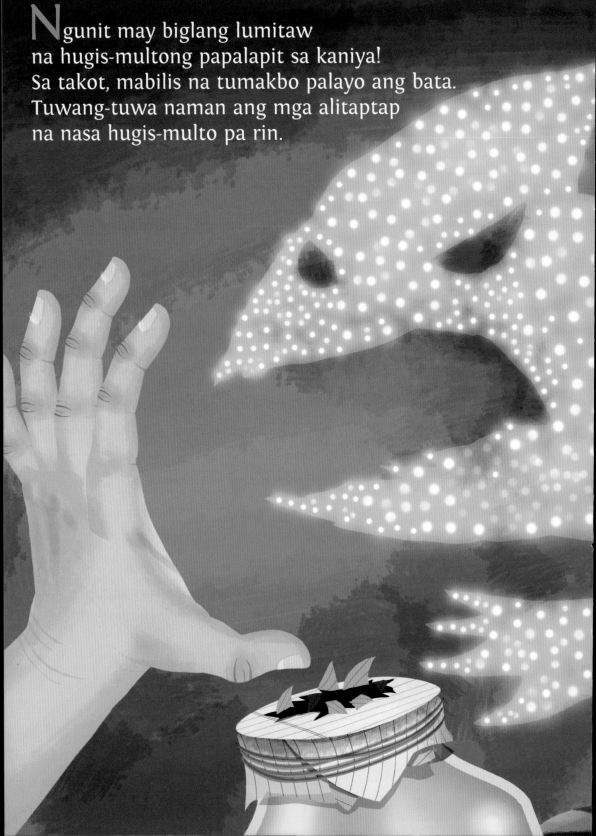

Ngunit may biglang lumitaw
na hugis-multong papalapit sa kaniya!
Sa takot, mabilis na tumakbo palayo ang bata.
Tuwang-tuwa naman ang mga alitaptap
na nasa hugis-multo pa rin.

Suddenly, a glowing figure
in the shape of a ghost appeared beside him.
Afraid, the boy ran away as the fireflies,
who formed the "ghost,"
broke into laughter.

Pinalibutan ng kaniyang mga kapatid si Dindo.
"Maraming salamat, Dindo!" wika nila.
"Patawarin mo kami sa pagmamaliit namin sa iyo.
Espesyal kang talaga!"

Sa unang pagkakataon, may kakaibang
liwanag sa hardin para kay Dindo.
At nang gabing iyon, natuklasan ni Dindo
ang kaniyang tunay na ningning.

Dindo's siblings gathered around him.
"Thanks a lot, Dindo," they said.
"We're sorry for looking down on you.
You are truly special!"

For the first time,
Dindo saw a different light in the garden.
Dindo had finally found his real glow.

Lumikha ng papet!

Lumikha ng mga papet na alitaptap,
at gamitin ang mga ito sa isang munting palabas
tungkol sa kuwento ni Dindo Pundido!

Mga kakailanganin:
Gunting
Pandikit
Kardbord
o matigas na papel

Mga hakbang:

1 Gupitin nang buo ang kasunod na pahina habang sinusundan ang lungtiang linya.

2 Idikit ito nang maayos sa isang pirasong kardbord. Siguraduhing patag ang pagkakadikit dito.

3 Gupitin ang lahat ng mga padron o *pattern* ng mga katawan, braso, at pakpak ng mga alitaptap. Sundan ang pulang linya. Pagsamahin ang mga parte sa apat na grupo: A, B, C, at D.

4 Para sa unang alitaptap (BODY A), hawak ang bahaging may sulat na BODY A, bilugin ito papunta sa kabilang bahagi ng katawan. Pagdikitin ang dalawang bahagi. (Tingnan ang A)

5 Idikit ang pakpak sa bahagi ng katawan na may nakasulat na WINGS A. (Tingnan ang B)

6 Idikit ang braso sa bahagi ng katawan na may nakasulat na ARMS A. (Tingnan ang C)

7 Ulitin ang ikaapat hanggang ikaanim na hakbang upang mabuo ang iba pang alitaptap.

8 Isuot ang mga alitaptap sa iyong mga daliri. Maaari mo nang simula ang palabas tungkol kay Dindo Pundido!

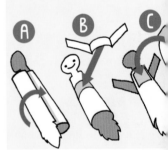

Lumikha ng mga tanawin para sa iyong palabas!

Gumawa ng diorama ng Dindo Pundido sa pamamagitan ng pagguhit ng mga eksena mula sa kuwento. Sa isang malaking papel, iguhit ang mga tanawin sa likuran ng bawat eksena sa libro.

Narito ang listahan ng mga tanawin na maaa
mong iguhit:

- Hardin
- Punso ng mga langgam na may mga kendi
- Bulaklak na may part
- Tubig na may mga k
- Malaking kamay
- Isang malaking gara
- Multong likha ng mga maliliit na

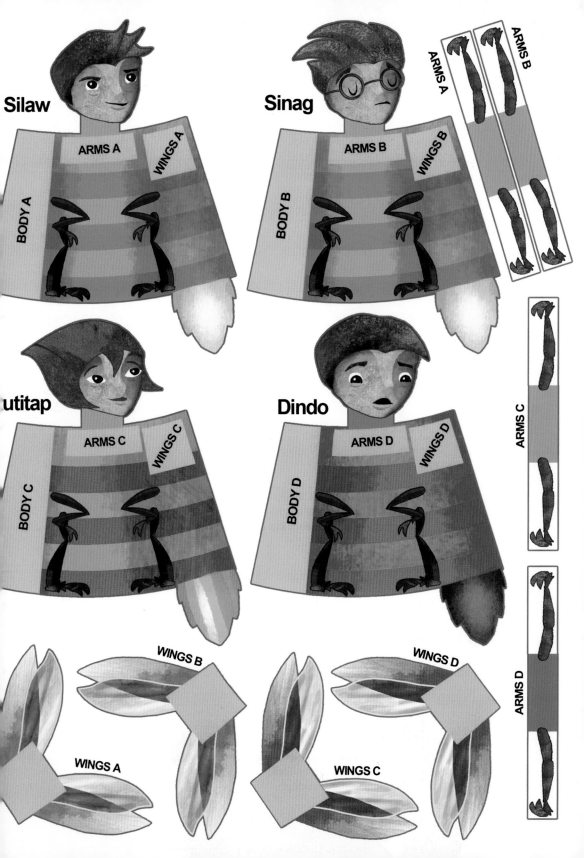

Adarna House
Sagisag Pangkalakal ng Adarna House, Inc.

Karapatang-ari © 2012 ng Adarna House, Inc. at Jomike Tejido.
Reserbado ang lahat ng karapatan, kasáma na ang mga karapatan sa reproduksiyon
at paggamit sa anumang anyo at paraan, maliban kung may nakasulat na pahintulot
mula sa mga mayhawak ng karapatang-ari.

Unang limbag ng unang edisyon, 2002
Unang limbag ng ikalawang edisyon, 2012
Ikalawang limbag ng ikalawang edisyon, 2013

Gawa at limbag sa Filipinas
Inilathala ng Adarna House, Inc.

Kuwento at guhit ni Jomike Tejido

Para kay Haya Sophia

ISBN 971-508-144-4

Para sa mga puna at mungkahi, tumawag sa Adarna House sa telepono blg. 352-6765,
sumulat sa 109 Scout Fernandez kanto ng Scout Torillo, Brgy. Sacred Heart, Lungsod Quezon,
o kayâ mag-e-mail sa adarnahouse@adarna.com.ph.